ABOUT THE BOOK

This quick guide serves as an introduction to the Swahili language, starting from its core. It provides a brief history of Swahili and takes the reader through the basics, from simple syllables to formation of words and sentences. By reading this book, beginners who are English speakers can quickly learn to speak Swahili effectively.

TARGET AUDIENCE

This book is designed for any English speaker interested in learning Swahili. It is especially beneficial for students and businesspeople visiting East Africa for education or business trips. The content is tailored to accommodate a diverse audience, including males, females, children, and adults who wish to acquire Swahili language skills.

The book covers fundamental Swahili history and provides essential language knowledge, progressing to practical scenarios. Its content aims to help readers grasp the language basics and communicate effectively through various phrases in diverse situations.

LEARN SWAHILI FOR BEGINNERS

500+ Common Swahili
Vocabulary and Useful Phrases

SHUK INSTITUTE

"To speak a language is to take on a world, a culture."

–   Frantz Fanon

Table of Contents

SWAHILI HISTORY

Swahili belongs to the Bantu family of African languages, primarily spoken in eastern, central, and southern Africa.

Originally, Swahili was written using the Arabic alphabet, leading to the incorporation of Arabic words and some from other languages spoken along the East African coast. Over time, due to colonial influences and the work of Christian missionaries, Swahili began to be written using the English alphabet. This adaptation makes Swahili pronunciation relatively straightforward, as the sounds of words can often be deduced from their written form.

Long-term interactions along the Indian Ocean facilitated the spread of Swahili to places such as Comoro, Madagascar, South Africa, Oman, and the United Arab Emirates. Trade and migration in the nineteenth century further expanded the language's reach to the interior of Tanzania, Uganda, Rwanda, Burundi, Congo, the Central African Republic, and Mozambique. Christian missionaries, adopting Swahili as the language of communication, played a role in its spread.

In Tanzania, deliberate efforts were made to promote the language, with Julius K. Nyerere playing a crucial role. Tanzania's unique relations with countries in southern Africa contributed to the spread of Swahili to Zambia, Malawi, South Africa, and other neighboring countries. Swahili is the national and official language of Tanzania, and it is spoken proficiently by almost all Tanzanians, serving as a unifying factor. While it is the national language in Kenya and Uganda, official correspondence remains in English.

Swahili is the most widely spoken language in eastern Africa and is featured on various world radio stations, including the BBC, Radio Cairo (Egypt), the Voice of America (U.S.A.), Radio Deutsche Welle (Germany), Radio Moscow International (Russia), Radio Japan International, Radio China International, Radio Sudan, and Radio South Africa. The language also has a presence in the arts, with Swahili phrases appearing in songs, theaters, movies, and television programs. For instance, Michael Jackson's song "Liberian Girl" includes Swahili phrases, and Disney's "The Lion King" features several Swahili words. The promotion of the Swahili language continues, with deliberate efforts worldwide to include it in education curricula for higher institutions of learning. As a result, Swahili is taught in many parts of the world, acting as a bridge in human relations for those interested in learning more about African culture.

CHAPTER ONE:

LETTERS & SOUNDS

Alphabets

The pronunciation of Swahili language words can, in most cases, be easily deduced from the way the words are written. Due to colonial, trade and missionary activities, Arabic language as well as English language has had a significant impact to many of the Swahili words used today! Swahili words can be written using the English alphabet, making Swahili pronunciation straightforward.

Swahili Letters	English Sound	Example	Meaning
A – like "a" in Apple	A	Amani	Peace
B – like "b" in Bat	B	Baba	Father
Ch – like "ch" in China	Ch	Chache	Few

D – like "d" in Dog	D	Dada	Sister
Dh – like "th" in That	Th	Dhambi	Sin
E – like "e" in End	E	Endelea	Continue
F – like "f" in Fan	F	Fanya	Make, Do
G – like "g" in Give	G	Goli	Goal
H – like "h" in Hot	H	Habari	News
I – like "ee" in Wheel	Ee	Iba	Steal
J – like "j" in Jack	J	Jina	Name
K – like "k" in Kite	K	Kazi	Work
L – like "l" in Light	L	Lahani	Tune
M – like "m" in Map	M	Mama	Mother
N – like "n" in No	N	Nafsi	Soul, Spirit
O – like "o" in Off	O	Ogopa	Fear, Be afraid
P – like "p" in Pencil	P	Pachika	Insert, Fix
R – like "r" in Rice	R	Rafiki	Friend
S – like "s" in Send	S	Saa	Hour, Watch
T – like "t" in Time	T	Taa	Lamp, Light
U – like "u" in Cool	Oo	Ualimu	Teaching profession

V – like "v" in **V**an	V	**V**aa	Dress, Wear, Put on
W – like "w" in **W**in	W	**W**anga	Starch
Y – like "y" in **Y**ou	Y	**Y**akini	Truth, Proof
Z – like "z" in **Z**oo	Z	**Z**aidi	More, Beyond

Some sounds in Swahili are represented by letter combinations, like English. For instance, the "TH" letter combination in Swahili sounds the same as in the English word "THINK." Swahili, however, does not include words that use the letters "Q," "X," and the standalone "C." The letter "C" appears only in a "CH" letter combination, producing a sound like the 'CH' in the English word "CHURCH."

Vowels

Vowels in Swahili are referred to as '**vokali**.' They include A, E, I, O, U – just like in English but pronounced with slight variations. In Swahili, each vowel consistently produces the same sound in every word without exception. For example, the vowel "e" in every Swahili word sounds like "e" as in "elephant." Double vowels are usually pronounced separately.

Syllables

Syllables in Swahili are formed by vowels alone or combinations of consonants and vowels. An exception is the letters "m" and "n," which can form syllables by themselves in certain words, such as 'mtu' (person) and 'nchi' (country).

Letters **F, H, L, M, N, S, V, W, Y, Z** sounds the same as in English. Consonants **B, D, G, J** makes sounds slightly different from English, pronounced in a "hard" way rather than the English "soft" way. The letter "r" is always pronounced with a rolling tongue, as in 'rangi' (color), 'redio' (radio), 'habari' (news), 'robo' (quarter), 'rubani' (pilot).

The letter "w" can be added to some consonants and consonant combinations, creating interesting sounds. Examples include **BW, CHW, GW, JW, KW, LW, MBW, MW, NDW, NGW, NG'W, NJW, NYW, PW, SHW, SW, TW, ZW.**

Here is a complete list of the syllables made up of one, two and more consonants and vowels.

Letters	Vowels				
	A	E	I	O	U
B	BA	BE	BI	BO	BU
BW	BWA	BWE	BWI	BWO	BWU
CH	CHA	CHE	CHI	CHO	CHU
CHW	CHWA	CHWE	CHWI	CHWO	CHWU
D	DA	DE	DI	DO	DU
DH	DHA	DHE	DHI	DHO	DHU
F	FA	FE	FI	FO	FU
G	GA	GE	GI	GO	GU
GH	GHA	GHE	GHI	GHO	GHU
GW	GWA	GWE	GWI	GWO	GWU
H	HA	HE	HI	HO	HU
J	JA	JE	JI	JO	JU
JW	JWA	JWE	JWI	JWO	JWU
K	KA	KE	KI	KO	KU
KH	KHA	KHE	KHI	KHO	KHU
KW	KWA	KWE	KWI	KWO	KWU
L	LA	LE	LI	LO	LU
M	MA	ME	MI	MO	MU
MB	MBA	MBE	MBI	MBO	MBU
MW	MWA	MWE	MWI	MWO	MWU
N	NA	NE	NI	NO	NU
ND	NDA	NDE	NDI	NDO	NDU
NDW	NDWA	NDWE	NDWI	NDWO	NDWU
NG	NGA	NGE	NGI	NGO	NGU
NG'	NG'A	NG'E	NG'I	NG'O	NG'U

NGW	NGWA	NGWE	NGWI	NGWO	NGWU
NJ	NJA	NJE	NJI	NJO	NJU
NJW	NJWA	NJWE	NJWI	NJWO	NJWU
NY	NYA	NYE	NYI	NYO	NYU
NYW	NYWA	NYWE	NYWI	NYWO	NYWU
P	PA	PE	PI	PO	PU
PW	PWA	PWE	PWI	PWO	PWU
R	RA	RE	RI	RO	RU
S	SA	SE	SI	SO	SU
SH	SHA	SHE	SHI	SHO	SHU
SHW	SHWA	SHWE	SHWI	SHWO	SHWU
SW	SWA	SWE	SWI	SWO	SWU
T	TA	TE	TI	TO	TU
TH	THA	THE	THI	THO	THU
TW	TWA	TWE	TWI	TWO	TWU
V	VA	VE	VI	VO	VU
VY	VYA	VYE	VYI	VYO	VYU
W	WA	WE	WI	WO	WU
Y	YA	YE	YI	YO	YU
Z	ZA	ZE	ZI	ZO	ZU
ZW	ZWA	ZWE	ZWI	ZWO	ZWU

Word Examples

Bwana *(mister)*, **Chache** *(few)*, **Ghairi** *(cancel)*, **Hama** *(move)*, **Mwitu** *(wild)*, **Ng'ata** *(bite)*, **Nywea** *(shrink)*

Stress

In Swahili language, stress is placed on the second syllable from the end of the word, which is the last but

6

one syllable. Additionally, in the case of two-syllable words, the first syllable is the one to be stressed. If a word ends in two vowels, the stress will be on the first vowel. It's quite simple! Go ahead and try reading the words below, while putting greater emphasis on the underlined letters.

>Tanza__ni__a, K__oo__ *(throat)*, M__ko__ba *(bag)*, __Chu__pa *(bottle)*, Vi__a__tu *(shoes)*

Exercise 1: Pronunciations

Familiarize yourself with the Swahili alphabets and words mentioned in this chapter (don't forget to check their meanings in English). Practice pronunciations of these words by reading them out loud as they are! In case you are unsure, type in the Swahili word examples in your browser and listen to their respective pronunciation.

CHAPTER TWO:

NOUNS, PRONOUNS, & NAMES

In Swahili, a noun is called 'Nomino,' and a Pronoun is known as 'Kiwakilishi.' Just like in English, there are various types of nouns and pronouns in the Swahili language. Like in English, nouns, pronouns, and names are used to refer to persons, things, places, or ideas.

If you are going to communicate in Swahili, you shall need to understand nouns, pronouns and names for various people, things, or places, you will come across in your everyday going-abouts!!

Let us then take a look at some examples of nouns, pronouns and names commonly used in the Swahili language, with their meanings in English:

	English – Swahili
Persons and Relations	I / Me ➡ Mimi
	We /Us ➡ Sisi
	You ➡ Wewe (Nyinyi)
	She / He (Her/His) ➡ Yeye (Yake/Wake)
	They / Them ➡ Wao
	Husband ➡ Mume

Wife ⟹ Mke	
Child ⟹ Mtoto	
Girl ⟹ Msichana	
Boy ⟹ Mvulana	
Woman ⟹ Mwanamke	
Man ⟹ Mwanamme	
Grandchild ⟹ Mjukuu	
Great-Grandchild ⟹ Kitukuu	
Father-in-law ⟹ Baba Mkwe	
Mother-in-law ⟹ Mama Mkwe	
Brother-in-law ⟹ Shemeji	
Sister-in-law ⟹ Wifi	
Daughter/Son-in-law ⟹ Mkwe	
Fiancé ⟹ Mchumba	
Mother ⟹ Mama	
Father ⟹ Baba	
Sister ⟹ Dada	
Brother ⟹ Kaka	
Youth ⟹ Kijana	
Twin ⟹ Pacha	
Cousin ⟹ Binamu	
Nephew / Niece ⟹ Mpwa	
Uncle ⟹ Mjomba	
Aunt ⟹ Shangazi	
Grandmother ⟹ Bibi	
Grandfather ⟹ Babu	
Relativ ⟹ Ndugu	
Mother's Elder Sister ⟹ Mama Mkubwa	
Mother's Younger Sister ⟹ Mama Mdogo	
Father's Elder Brother ⟹ Baba Mkubwa	
Father's Younger Brother ⟹ Baba Mdogo	
Stepfather ⟹ Baba wa Kambo	

Stepmother ⟹ Mama wa Kambo	
Stepchild ⟹ Mtoto wa Kambo	

Sentence Examples

I am **your** **nephew**. – **Mimi** ni **mpwa** **wako**.

My **grandfather**. – **Babu** **yangu**.

She is **her** **mother**. – **Yeye** ni **mama** **yake**.

Places	
	City ⟹ Jiji
	Country ⟹ Nchi
	Region ⟹ Mkoa / Kanda
	North ⟹ Kaskazini
	South ⟹ Kusini
	East ⟹ Mashariki
	West ⟹ Magharibi
	School ⟹ Shule
	Home ⟹ Nyumbani
	Restaurant ⟹ Mgahawa

Shop ⟹ Duka	
Kitchen ⟹ Jikoni	
Station ⟹ Kituoni/Stesheni	
Hostel ⟹ Hosteli	
Airport ⟹ Uwanja wa Ndege	
Hotel ⟹ Hoteli	
Hospital ⟹ Hospitali	
Church ⟹ Kanisa	
Mosque ⟹ Msikiti	
Market ⟹ Soko	
Bookstore ⟹ Duka la Vitabu	
Fish Marke ⟹ Soko la Samaki	
Bathroom ⟹ Bafu	
Toilet ⟹ Choo/Msalani	
Sitting Room ⟹ Sebuleni	
Bedroom ⟹ Chumba cha Kulala	

Sentence Examples

They are at the **airport**. – **Wao** wapo **uwanja wa ndege**.

I am going to the **market**. – **Mimi** ninaenda **sokoni**.

CONTINUE **NORTH**
ENDELEA **KASKAZINI**

Foods, Fruits, & Drinks	Food ⟹ Chakula
	Drink ⟹ Kinywaji
	Water ⟹ Maji
	Soda ⟹ Soda
	Beer ⟹ Bia
	Wine ⟹ Mvinyo
	Tea ⟹ Chai
	Juice ⟹ Juisi/ Sharubati
	Milk ⟹ Maziwa
	Coffee ⟹ Kahawa
	Porridge ⟹ Uji
	Soup ⟹ Supu
	Bread ⟹ Mkate
	Cake ⟹ Keki
	Samosa ⟹ Sambusa
	Rice ⟹ Wali
	Potato Fries ⟹ Chipsi
	Spaghetti ⟹ Tambi
	Egg/ Eggs ⟹ Yai/ Mayai
	Beef ⟹ Nyama ya Ng'ombe
	Chicken ⟹ Nyama ya Kuku
	Pork ⟹ Nyama ya Nguruwe
	Lamb ⟹ Nyama ya Kondoo
	Goat ⟹ Nyama ya Mbuzi
	Vegetables ⟹ Mboga za Majani
	Plantains ⟹ Ndizi
	Mango ⟹ Embe
	Orange ⟹ Chungwa
	Banana ⟹ Ndizi Mbivu
	Pineapple ⟹ Nanasi
	Apple ⟹ Tufaa
	Watermelon ⟹ Tikiti Maji
	Avocado ⟹ Parachichi
	Grapes ⟹ Zabibu

Coconut ⟹ Nazi	
Papaya ⟹ Papai	
Passion ⟹ Pesheni	

Sentence Examples

Coffee or **tea**? – **Kahawa** ama **Chai**?

Your bread is spoiled! ➡ **Mkate wako** umehari bika!

I don't eat pork. ➡ **Mimi** sili nyama ya nguruwe.

Things		
	Table ⟹ Meza	
	Chair ⟹ Kiti	
	Bed ⟹ Kitanda	
	Pen ⟹ Kalamu	
	Book ⟹ Kitabu	
	Plate ⟹ Sahani	
	Glass ⟹ Glasi	
	Knife ⟹ Kisu	

Bottle ⟹ Chupa	
Bag ⟹ Begi	
Key ⟹ Ufunguo	
Door ⟹ Mlango	
Window ⟹ Dirisha	
Air Conditioner ⟹ Kiyoyozi	
Iron ⟹ Pasi	
Toothpaste ⟹ Dawa ya Meno	
Toothbrush ⟹ Mswaki	
Medicine/ Drugs ⟹ Dawa	
Car ⟹ Gari	
Bus ⟹ Basi	
Train ⟹ Treni	
Airplane ⟹ Ndege	
Shoes ⟹ Viatu	
Suit ⟹ Suti	
Hair ⟹ Nywele	
Dress ⟹ Gauni	
Trousers ⟹ Suruali	
Cupboard ⟹ Kabati	
Computer ⟹ Kompyuta	
Tablet ⟹ Kishkwambi	
Charger ⟹ Chaja	
Television ⟹ Runinga	
Phone ⟹ Simu	
Money ⟹ Fedha/ Pesa	
Bed ⟹ Kitanda	
Bedsheet ⟹ Shuka	
Pillow ⟹ Mto	

Sentence Examples

Where are **my shoes**? – **Viatu vyangu** viko wapi?

14

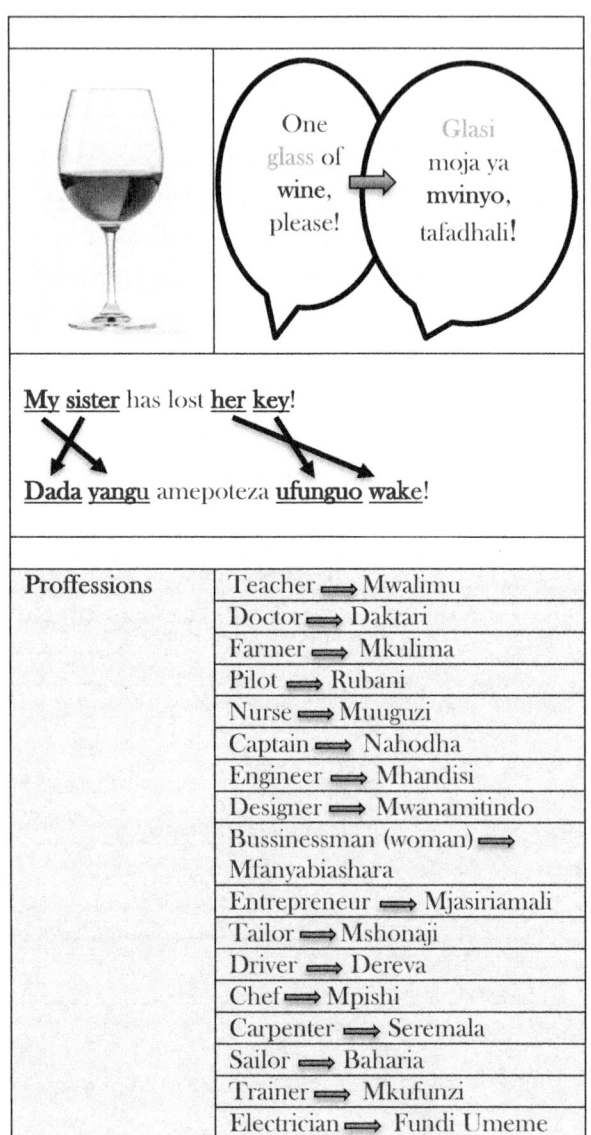

| One glass of wine, please! | → | Glasi moja ya mvinyo, tafadhali! |

My **sister** has lost **her** **key**!

Dada **yangu** amepoteza **ufunguo** **wake**!

Proffessions	Teacher ⟹ Mwalimu
	Doctor ⟹ Daktari
	Farmer ⟹ Mkulima
	Pilot ⟹ Rubani
	Nurse ⟹ Muuguzi
	Captain ⟹ Nahodha
	Engineer ⟹ Mhandisi
	Designer ⟹ Mwanamitindo
	Bussinessman (woman) ⟹ Mfanyabiashara
	Entrepreneur ⟹ Mjasiriamali
	Tailor ⟹ Mshonaji
	Driver ⟹ Dereva
	Chef ⟹ Mpishi
	Carpenter ⟹ Seremala
	Sailor ⟹ Baharia
	Trainer ⟹ Mkufunzi
	Electrician ⟹ Fundi Umeme

Cobbler ⟹	Fundi Viatu
Marketer ⟹	Mwanamasoko
Accountant ⟹	Mhasibu
Barber ⟹	Kinyozi
Plumber ⟹	Fundi Bomba
Judge ⟹	Hakimu
Lawyer ⟹	Mwanasheria
Pharmacist ⟹	Mfamasia
Policeman (/woman) ⟹	Polisi
Politician ⟹	Mwanasiasa
Author ⟹	Mwandishi
Detective ⟹	Mpelelezi

Sentence Examples

My **father** is a **policeman**. - **Baba** **yangu** ni **polisi**.

You are a good **chef**. - **Wewe** ni **mpishi** mzuri.

Doctor's Coat - Koti la **Daktari**.

Exercise 2: Vocabulary

1. Can you recall the Swahili names for the following?

   a) Grandmother - ?

b) Sister – ?
c) Cousin – ?
d) Uncle – ?
e) I – ?
f) You – ?

2. What about the following professions?
   a) Teacher - ?
   b) Accountant – ?
   c) Cobbler – ?
   d) Farmer – ?
   e) Plumber – ?
   f) Policeman – ?

3. Food is a basic need, remember? So, how do we name these foods/drinks in the Swahili language?
   a) Bread – ?
   b) Water – ?
   c) Wine – ?
   d) Rice – ?
   e) Plantains – ?
   f) Beef – ?
   g) Avocado – ?
   h) Watermelon – ?

CHAPTER THREE:

SINGULARS & PLURALS

To easily understand singulars and plurals in Swahili language, let us take a look at various noun classes in Swahili language and how these classes behave when placed in singular and plural forms!

Pay attention to the underlined letters to understand the distinction that lies within these classes.

Noun Class

Noun Class	Singular	Plural
M - WA	Mgeni *Visitor*	Wageni *Visitors*
	Msimamizi *Supervisor*	Wasimamizi *Supervisors*
M - MI	Mzani *Scale*	Mizani *Scales*
	Msitu *Forest*	Misitu *Forests*

JI - MA	Jina	Majina
	Name	*Names*
	Jiko	Majiko
	Stove	*Stoves*
KI - VI	Kiatu	Viatu
	Shoe	*Shoes*
	Kisima	Visima
	Well	*Wells*
U - N	Uzi	Nyuzi
	Thread	*Threads*
	Ufa	Nyufa
	Crack	*Cracks*
	Uso	Nyuso
	Face	*Faces*

Examples

Singular Sentence Examples	Plural Sentence Examples
Mgeni amewasili.	Wageni wamewasili.
The visitor has arrived.	*The visitors have arrived.*
Msimamizi ameumia.	Wasimamizi wameumia.
The supervisor is wounded.	*The supervisors are wounded.*

Mzani umeharibiwa. *The scale is damaged.*	Mizani imeharibiwa. *The scales are damaged.*
Msitu umestawi. *The forest has thrived.*	Misitu imestawi. *The forests have thrived.*
Jina langu... *My name...*	Majina yangu... *My names...*
Jiko limeibiwa! *The stove is stolen!*	Majiko yameibiwa! *The stoves are stolen!*
Kiatu kinabana. *The shoe is tight.*	Viatu vinabana. *The shoes are tight.*
Kisima kimekauka. *The well is dried up.*	Visima vimekauka. *The wells are dried up.*
Uzi umechanika. *The thread is torn.*	Nyuzi zimechanika. *The threads are torn.*
Ufa umepanuka. *The crack has expanded.*	Nyufa zimepanuka. *The cracks have expanded.*
Uso umejeruhiwa. *The face is injured.*	Nyuso zimejeruhiwa. *The faces are injured.*

Practice: Vocabulary
Match the Swahili words on the left with the correct sentence that explains their meanings in English.

Msitu	A person who supervises activities or people.
Kiatu	A pit or hole sunk into the earth to reach a supply of water
Msimamizi	A covering for the foot
Uso	A large area covered with trees
Kisima	The front part of person's head

Uncountable Nouns

These are nouns that remain the same in singular and plural form. Examples of Swahili uncountable nouns include:

Shule – Shule *(school – schools)*
Chupa – Chupa *(bottle – bottles)*
Suruali – Suruali *(trouser – trousers)*
Kaptula – Kaptula *(short – shorts)*
Moto – Moto *(fire – fires)*
Simu – Simu *(phone – phones)*
Pasi – Pasi *(iron – irons)*
Bahari – Bahari *(ocean – oceans)*
Mbwa – Mbwa *(dog – dogs)*
Sahani – Sahani *(plate – plates)*
Rangi – Rangi *(color – colors)*
Bahasha – Bahasha *(envelope – envelopes)*
Pua – Pua *(nose – noses)*
Ngozi – Ngozi *(skin – skins)*
Nzi – Nzi *(Fly – Flies)*

Exercise 3: Vocabulary

1. Can you recall the plural forms for the following words?

a) Mzani

b) Jiko

c) Ufa

2. Fill in the blanks to make the following sentences complete.

    a) <u>M</u>toto <u>a</u>nalia *(Singular)*

      → __*toto* __*lia (Plural)*

    b) <u>Ki</u>ti <u>ki</u>mevunjika *(Singular)*

      → __*ti* __*mevunjika (Plural)*

    c) <u>U</u>so wako <u>u</u>navutia *(Singular)*

      → __*so zenu* __*navutia (Plural)*

    d) <u>M</u>mea <u>u</u>mekufa *(Singular)*

      → __*mea* __*mekufa (Plural)*

3. Say these words aloud. Which syllable is stressed?

    a) Mgeni

    b) Mzani

    c) Uso

    d) Msitu

    e) Ufa

    f) Kisima

CHAPTER FOUR:

VERBS & TENSES

Verbs are an important part of forming a sentence. They are used to indicate a physical action, mental action as well as a state of being. In Swahili, verbs and tenses go hand in hand. It is important to understand how verbs change in different tenses so as to be able to communicate smoothly with Swahili speakers and sound like a native yourself!

Before exploring different verbs, let us look at four types of tenses and how they affect the structure of verbs.

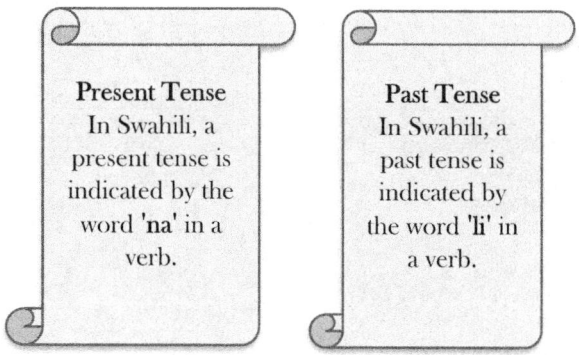

Present Tense
In Swahili, a present tense is indicated by the word 'na' in a verb.

Past Tense
In Swahili, a past tense is indicated by the word 'li' in a verb.

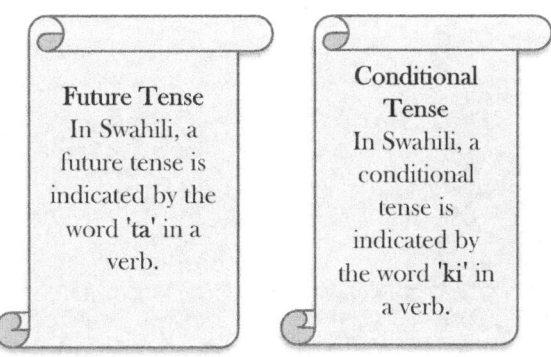

Future Tense
In Swahili, a future tense is indicated by the word 'ta' in a verb.

Conditional Tense
In Swahili, a conditional tense is indicated by the word 'ki' in a verb.

Examples

Verb	Present Tense	Past Tense	Future Tense	Conditional Tense
Amka (wake)	Naamka	Liamka	Taamka	Kiamka
Beba (carry)	Nabeba	Libeba	Tabeba	Kibeba
Cheza (play)	Nacheza	Licheza	Tacheza	Kicheza
Deki (mop)	Nadeki	Lideki	Tadeki	Kideki
Endelea (continue)	Naendelea	Liendelea	Taendelea	Kiendelea
Fanya (do)	Nafanya	Lifanya	Tafanya	Kifanya
Gombana (argue)	Nagombana	Ligombana	Tagombana	Kigombana

Hamisha (move - shift)	Nahamisha	Lihamisha	Tahamisha	Kihamisha
Ingiza (enter)	Naingiza	Liingiza	Taingiza	Kiingiza
Jenga (build - construct)	Najenga	Lijenga	Tajenga	Kijenga
Kamata (catch)	Nakamata	Likamata	Takamata	Kikamata
Laumu (blame)	Nalaumu	Lilaumu	Talaumu	Kilaumu
Meza (swallow)	Nameza	Limeza	Tameza	Kimeza
Nata (stick)	Nanata	Linata	Tanata	Kinata
Ng'ata (bite)	Nang'ata	Ling'ata	Tang'ata	King'ata
Ogopa (fear)	Naogopa	Liogopa	Taogopa	Kiogopa
Panga (plan - arrange)	Napanga	Lipanga	Tapanga	Kipanga
Rekodi (record)	Narekodi	Lirekodi	Tarekodi	Kirekodi
Sema (say)	Nasema	Lisema	Tasema	Kisema
Shauri (counsel)	Nashauri	Lishauri	Tashauri	Kishauri

Tazama (look - watch)	Natazama	Litazama	Tatazama	Kitazama
Unguza (burn)	Naunguza	Liunguza	Taunguza	Kiunguza
Vaa (dress)	Navaa	Livaa	Tavaa	Kivaa
Washa (switch-on)	Nawasha	Liwasha	Tawasha	Kiwasha
Zima (switch-off)	Nazima	Lizima	Tazima	Kizima

Subject Prefixes on Verbs

In Swahili language, prefixes (pieces added to the beginning of words) are usually attached to verbs in order to represent the subject of the particular sentence. Below are subject prefixes for personal pronouns.

Mimi *(I)*	Sisi *(Us)*
Ni -	Tu -
Wewe *(You)*	Nyinyi *(You - plural)*
U -	M -
Yeye *(Him/Her)*	Wao *(Them)*
A -	Wa -

Examples

In the following examples, pay attention to how verbs change according to tenses, and what prefixes are attached to verbs depending on the subjects of the sentences:

26

a) I switched-off the TV.
   →Ni*lizima* runinga *(Past Tense).*

b) He is laughing.
   →A*nacheka* *(Present Tense).*

c) You read/studied Kiswahili.
   →Wewe u*lisoma* Kiswahili *(Past Tense).*

d) If we complete this, we shall read.
   → *Tukimaliza hili,* tutasoma *(Conditional Tense).*

e) The bride shall speak first.
   →Bibi harusi a*tazungumza* kwanza *(Future Tense).*

f) I went to school.
   →Ni*lienda* shuleni *(Past Tense).*

g) If she eats, she will feel better.
   →*Akila*, atajihisi ahueni *(Conditional Tense).*

h) They will visit Tanzania soon.
   →Wa*tatembelea* Tanzania hivi karibuni *(Future Tense).*

GRAMMAR SPOT

Read the above Swahili sentences again and again, identifying the tense in each one, and what makes the tenses peculiar from one another.

Exercise 4: Tenses

1. Change the following Swahili sentences into past and into future tenses.

    a) Mtoto anakula.
        → The child is eating.

    b) Baba anaendesha basi.
        → Father is driving a bus.

    c) Unazungumza Kiswahili.
        → You are speaking Kiswahili.

    d) Wao wanacheza.
        → They are playing.

    e) Mimi ninasoma kitabu.
        → I am reading a book.

2. Fill in the blanks to complete the following sentences.

    a) Yeye _____ kabati.
        → He is arranging the cupboard.

    b) Mimi _____ sakafu.
        → I moped the floor.

    c) Wewe _____ ukweli.
        → *You will say the truth.*

    d) Sisi _____ wimbo.
        → *We recorded a song.*

    e) Nyinyi _____ vizuri.
        → *You dressed well.*

28

f)   Wao _____ mpira.
     → *They are watching football.*

3.   There is one mistake in each of the following
     sentences. Find it and correct it.
     a)   Mimi tunakula.

     b)   Sisi wanatazama runinga.

     c)   Wewe nitaendesha gari.

     d)   Wao nimelala.

CHAPTER FIVE:

ADVERBS & ADJECTIVES

Adverbs

Adverbs are words that describe another word, such as a verb, adjective or another adverb. In Swahili adverbs are known as 'Vielezi.'

Let us take a look at various types of adverbs in Swahili language.

Adverbs of Place

Vielezi vya Mahali (Adverbs of Place - Where?)

They provide information about where an action is taking place. In most cases, a verb is followed by a description or name of a place or location.

Examples: **Hapo** (There), **Kazini** (At the Office)

Sentence Examples

Mahali – Where?

Hapa (Here), **Ndani** (Inside), **Nje** (Outside), **Shuleni** (At School)

- Ninafanya kazi **shuleni.**
  I work at school.

- Njoo **hapa.**
  Come here.

- Naenda **ndani.**
  I am going inside.

- Wanacheza **nje.**
  They are playing outside.

Adverbs of Degree

Vielezi vya Kiasi (Adverbs of Degree – How many? / How much?)

They explain the degree of an action.

Examples: **Chache** (few), **Kadhaa** (several), **Sana** (very)

Sentence Examples

Kiasi – How much? / many?

Sana (Very), **Kadhaa** (Several), **Chache** (few), **Kabisa** (entirely)

31

- Naipenda **sana.**
  I love it very much.

- Maafikiano **kadhaa** yamefikiwa.
  Sevaral agreements have been made.

- Nguo **chache** zimeuzwa.
  Few cloths are sold.

- Sikuiona **kabisa!**
  I didn't see it entirely!

Adverbs of Manner
Vielezi vya Namna (Adverbs of Manner - How?)

They explain how or in what way an action was done.

Examples: **Upesi** (immediately), **Kwa Makini** (carefully), **Kwa Moto** (by fire), **Kitoto** (like a child)

Sentence Examples

Namna - How?

Upesi (immediately), **Kitoto** (like a child)
Kwa makini (carefully), **Vibaya** (badly)

- Aliondoka **upesi.**
  He walked away immediately.

- Unaongea **kitoto.**
  You talk like a child.

32

- Wanasoma **kwa makini**.
  They are reading carefully.

- Aliumia **vibaya**.
  She got hurt badly.

Adverbs of Time

Vielezi vya Wakati (Adverbs of Time – When? How often?)

They tell us when an action takes place or how often.

Examples: **Kila mara** (every time), **Sasa** (now), **Baadaye** (later)

Sentence Examples

Wakati – When? How often?

Sasa (now), **Kila mara** (every time), **Baadaye** (later), **Jana** (yesterday)

- Anaondoka **sasa**.
  He is leaving now.

- Unachelewa **kila mara**.
  You are late every time.

- Tutaonana **baadaye**.
  We shall meet later.

- Niliwaona **jana**.
  I saw them yesterday.

VOCABULARY CHECK

As you read through the various types of adverbs, familiarize yourself with the new words introduced in this chapter, noting their respective meanings in English. For instance, can you recall what the following adverbs mean in English?

- Hapo
- Sana
- Upesi
- Kabisa

GRAMMAR SPOT

Try to spot the adverbs present in the following Swahili Sentences.

1. Ataenda shule kesho.
   She shall go to school tomorrow.

Ataenda	Shule	Kesho

2. Nililia sana
   I cried a lot.

Nililia	Sana

3. Amevaa gauni vibaya.
   She put on the dress badly.

Amevaa	Gauni	Vibaya

34

4. Unaendesha gari polepole.
   You are driving the car slowly.

   | Unaendesha | Gari | Polepole |

5. Kilete chakula hapa.
   Bring the food here.

   | Kilete | Chakula | Hapa |

Though most of the above Swahili adverbs examples comprises of single words, it is important to note that Swahili adverbs can include more than one word in a sentence.

For example:

I shall eat **once a day.**
→ Mimi nitakula **mara moja kwa siku.**

We will go to visit him **as soon as possible.**
→ Tutaenda kumtembelea **haraka iwezekanavyo.**

Adjectives

In Swahili language, adjectives are known as **'Vivumishi.'** These words are used to describe qualities of someone/something independently or in comparison.

There are many types of Swahili adjectives! To get started, let us take a look at four main types of adjectives and explore some examples.

Four Main Types of Adjectives

Interrogative Adjectives – *Vivumishi Viulizi*

What?
→ *Nini?*

Which?
→ *Lipi? / Ipi? / Kipi? / Vipi? / Yupi? / Gani? / Upi?*

Descriptive Adjectives – *Vivumishi vya Sifa*

Beautiful - *Mzuri*

Delicious - *Kitamu*

Clean - *Safi*

Wild - *Mwitu*

Tall - *Mrefu*

Red - *Nyekundu*

Strong - *Imara*

Large - *Kubwa*

Possessive Adjectives – *Vivumishi Vimilikishi*

My
→ *Yangu / Changu / Wangu / Langu / Zangu*

Your
➔ *Yako / Chako / Wako / Lako / Zako*

His – Her – Its
➔ *Yake / Chake / Wake / Lake / Zake*

Their
➔ *Yao / Chao / Wao / Lao / Zao*

Demonstrative Adjectives – *Vivumishi Vionyeshi*

This
➔ *Huyu / Hiki / Hili*

That
➔ *Yule / Ule / Huyo / Hiyo / Hicho / Lile / Kile*

Those
➔ *Wale / Vile / Zile*

These
➔ *Haya / Hizi / Hivi*

Here
➔ *Hapa / Huku*

There
➔ *Palen / Hapo*

Sentence Examples

1. My house is damaged.
   Nyumba yangu imeharibika.

2. These shoes are sold.
   Viatu hivi vimeuzwa.

3. Where are you going?
   Unakwenda wapi?

4. Beautiful lady.
   Mwanamke mzuri.

5. Wild dog
   Mbwa mwitu.

6. His problem is solved.
   Tatizo lake limetatuliwa.

7. Which door is open?
   Mlango upi upo wazi?

8. That man is a doctor.
   Mwanaume yule ni daktari.

VOCABULARY CHECK

Recall the meanings of the following words:

Shule, Cheza, Nguo, Soma, Sasa, Vaa, Baadae, Gari, Chakula, Imara, Yake

Exercise 5: Adverbs & Adjectives

Identify the adverbs and the adjectives in the following sentences:

1. Amenunua nguo nzuri.
   She has bought a nice cloth.

2. Kiswahili ni lugha rahisi.
   Swahili is a simple language.

3. Maduka kadhaa yamefungwa.
   Several shops are closed

4. Wanapigana ndani.
   They are fighting inside.

5. Nitaondoka kesho.
   I shall leave tomorrow.

6. Nimenunua kalamu nyekundu.
   I have bought a red pen.

7. Kituo gani kimefungwa?
   Which station is closed?

CHAPTER SIX:

CONJUNCTIONS & INTERJECTIONS

Conjunctions

Some people say that conjunctions are like glues, they stick two pieces together. Well, we cannot beg to differ, for the meaning fits just right!

In Swahili, Conjunctions (plural) are referred to as 'Viunganishi.' Let's take a look at some examples of Swahili conjunctions.

Including/Combining

Conjunction (singular) - *Kiunganishi*

And - *na* Also - *pia/ vilevile* Besides - *aidha* Despite - *licha ya* In addition - *pamoja na* Apart from - *mbali na*

Baba **na** mama wanakula.
→ *Father and mother are eating.*

Licha ya kupatikana, hajatoa ushirikiano.
→ *Despite being caught, he did not cooperate.*

Pamoja na virutubisho vyake, matunda huleta faida nyingine nyingi.
→ *In addition to the nutrients, fruits bring forth many other benefits.*

Distinguishing

However - *hata hivyo*
But - *lakini/ila*
Although - *ijapokuwa*
Whereas - *ilhali*
Without - *bila*
Rather - *bali*
Versus - *dhidi ya*

Sentence Examples

Nilimuona **lakini** sikuzungumza nae.
→ *I saw him, but I did not speak to him.*

Ijapokuwa ninaumwa, nitakwenda kazini.
→ *Although I am sick, I shall go to work.*

Sigombani **bali** natengeneza hoja tu.
→ *I am not arguing, rather I am just making a point.*

Showing Outcome

Therefore – *hivyo basi*
And therefore – *ndiposa*
So – *kwa hivyo*
Or – *au / ama*

Sentence Examples

Niko tayari, **hivyo basi**, twende!
→ *I am ready, **therefore**, let's go!*

Nilivyoanguka, **ndiposa** nikapoteza fahamu.
→ *I fell **and therefore** fainted.*

Showing Reason

Because – *kwa maana / kwa sababu / madhali*
So that – *ili*
Since – *kwa vile*
For – *kwani*
Since – *maadam*

Sentence Examples

Sijampigia **kwa sababu** alinifokea.
→ *I have not called her **because** she shouted at me.*

Nimekuja hapa **ili** tuzungumze.
→ *I have come here **so** that we may talk.*

Maadam yuko pale, mambo yatakuwa sawa.
→ ***Since** she is present there, things will be alright.*

Comparing

As/like – *sawa na / kama*

> Compared to / according to – *kulingana na*
> As well as / likewise – *vile vile*
> Than – *kuliko*
> More than – *zaidi ya*

Sentence Examples

Amecheza sawa na mpinzani wake.
→ *He has played like his competitor.*

Kulingana na yaliyosemwa, haupaswi kumuona mumeo.
→ *According to what is said, you shouldn't see your husband.*

Ni mchoyo na mbahili **vile vile**.
→ *He is selfish as well as stingy.*

Showing Something as Whole

> Among – *miongoni mwa*
> Between – *kati ya*
> Some of – *baadhi ya*
> One of – *mojawapo*

Sentence Examples

Miongoni mwa hao, watatu wamefaulu.
→ *Among those, three have succeeded.*

Ameketi **kati ya** Joseph na Muhammed.
→ *She is seated between Joseph and Muhammed.*

Mojawapo ya sifa zake ni uimara alionao.
→ *One of her qualities is the strength she possesses.*

Showing Something Done After Another

Then - *halafu*
Thereafter - *kisha*

Sentence Examples

Nitatazama runinga **halafu** nitalala.
→ *I shall watch TV then sleep.*

Alinitazama **kisha** akanisogelea.
→ *He looked at me, thereafter, he moved closer.*

Showing Something Done in Place of Another

On behalf of - *kwa niaba ya*
Instead of - *badala ya*

Sentence Examples

Nitahudhuria **kwa niaba ya** bosi wangu.
→ *I will attend on behalf of my boss.*

Nitakunywa kahawa **badala ya** chai.
→ *I shall drink coffee instead of tea.*

Showing Possibility

Perhaps - *Huenda*
Maybe - *Labda*

Sentence Examples

Huenda anasema ukweli.
→ *Perhaps he is saying the truth.*

Sijui, **labda** atakuja!
→ *I don't know, maybe he will come!*

Interjections

In Swahili, Interjections are known as **'Vihisishi.'** These are words used to express feelings rather than meanings. And hence they do not possess direct translations between languages.

To understand Swahili interjections, we shall look at them in categories of feelings that they represent. To show surprise, what Swahili word can you say? Let's see!

Are you surprised? You can say:
• Lo! • Kudadeki! • Lahaula! • Kumbe! • Masaalale! • Toba! • Ala! • Weee! • Hah!

Are you angry? You can say:
• Po! • Akh! • Astakafur! • Ebo! • Kefule!

Are you happy / excited / celebrating?   You can say:
• Weee!   • Hoyee!   • Huraa!   • Haha!

Are you sad?   You can say:
• Jamani!   • Mmh!   • Aisee!   • Kah!   • Duh!   • Dah!

VOCABULARY CHECK

What are the English meanings for the following conjunctions?

Na, Licha ya, Lakini, Kulingana na, Kuliko, Kati ya, Ijapokuwa, Kwa hivyo, Ili, Labda, Halafu

Exercise 6: Grammar

Choose the correct conjunction to complete the following Swahili sentences

1. Amina _____ Abdalla wamekwenda shuleni.
   → *Amina and Abdalla have gone to school*
   a) Ila
   b) Na
   c) Kwa hivyo

46

d) Maadam

2. Nilifika _____ sikuingia ndani.
   → *I arrived but did not go inside.*
   a) Lakini
   b) Mbali na
   c) Kwani
   d) Kuliko

3. Amesafiri _____ wazazi wake.
   → *He has travelled on behalf of his parents.*
   a) Mojawapo
   b) Kwa niaba ya
   c) Vile vile
   d) Ila

4. Wewe haujakimbia _____ Amina.
   → *You did not run like Amina.*
   a) Bali
   b) Madhali
   c) Lakini
   d) Kama

5. Ninaandika _____ nikumbuke.
   → *I am writing it down so that I may remember.*
   a) Kulingana na
   b) Ili
   c) Hata hivyo
   d) Bali

6. _____ kuchelewa, amekamilisha kazi yake.
   → *Depite being late, he completed his assignment.*
   a) Licha ya

47

b) Na

c) Halafu

d) Kama

7. Amelala _____ kuvua viatu.
→ *He slept without taking off his shoes.*
   a) Aidha
   b) Lakini
   c) Bila
   d) Kwani

8. Angeomba msamaha _____ angesamehewa.
→ *If he had asked for forgiveness, maybe he would have been forgiven.*
   a) Na
   b) Labda
   c) Halafu
   d) Kati ya

9. Yeye ni mrefu _____ Juma.
→ *She is taller than Juma.*
   a) Kuliko
   b) Mojawapo
   c) Kwani
   d) Ila

10. Nitapika _____ nitaenda kanisani.
→ *I will cook, then I will go to church.*
    a) Ili
    b) Pamoja na
    c) Bali
    d) Halafu

CHAPTER SEVEN:

GREETINGS AND COURTESY

In this chapter, you will learn some of the common Swahili greetings and courtesy expressions, that will help you develop effective communication in Swahili-speaking nations at any time of the day, and with any person.

Greetings	Responses
Jambo! *(Hello!)*	**Jambo!** *(Hello!)*
U hali gani? *(How are you?)*	**Sijambo.** *(I am fine/okay)*
Unaendeleaje? *(How are you faring?)*	**Nzuri! / Poa!** *(Great! / Pretty Good!)*
	Si mbaya. *(Not too bad)*
Mambo yanaendaje? *(How are things?)*	**Salama!** *(Good! / Fine!)*

Uko poa? *(Are you alright?)*	Mimi mzima, asante! *(I am well, thanks!)*
Habari? / Mambo?/ Vipi? *(What's Up?/ Hello)*	Safi! *(Cool!)*
	Kama kawaida. *(Same as always.)*
Maisha yanaendaje? *(How's life?)*	Njema. Wewe je? *(Good. And you?)*
Siku yako inaendaje? *(How is your day?)*	Siko sawa. *(I am not alright.)*
Muda mrefu sijakuona! *(Long time no see!)*	Nilikuwa nimetingwa! *(I have been busy!)*

In Swahili, there are greetings used to show respect to another person. In most cases, respect is emphasized from a young person to an older person. In this case '**Shikamoo!** is used to show respect in greetings, and '**Marahaba!** is used in response.

These words, '**Shikamoo**' and '**Marahaba**' were originally derived from the Arabic language and have no direct Swahili to English translation. In general, they are similar to saying "Hello!"

Hello,
Grandpa!

*Shikamoo,
Babu!*

Hello,
grandchild!

*Marahaba,
mjukuu!*

In the Swahili language, "Good morning" (**Asubuhi njema!**), "Good Afternoon" (**Mchana mwema!**), and "Good evening" (**Jioni njema!**) are used to wish someone well, rather than to greet someone. So, if you want to wish someone well in the morning hours, just say '**Asubuhi njema!**'

In addition to these greetings, below are other forms of greetings that can be used upon departure to wish someone well.

Swahili	English
Uwe na siku njema!	*Have a good day!*
Usiku mwema!	*Good night!*
Tutaonana baadae!	*See you later!*
Kuwa muangalifu!	*Take care!*
Kwaheri!	*Goodbye! / Farewell!*
Ulale Unono!	*Sleep tight!*

Words of Courtesy

In Swahili culture, it is important to be polite and show good manners through your speech and choice of words. There are various words used to indicate gratitude, respect, generosity, empathy, and kindness.

Take a look at the following words used to show courtesy and their respective meanings in English.

Swahili	English
Asante!	*Thank you!*
Samahani!	*Excuse me!*
Usijali!	*Don't worry!*
Tafadhali!	*Please!*
Karibu!	*Welcome!*
Niwie radhi!	*Pardon me!*
Hongera!	*Congrats!*
Samahani!	*I am sorry!*

Sentence Examples

Starters	Responses
Karibu kiti! *Welcome, have a seat!*	Asante! / Asante sana! *Thank you! / Thank you very much!*
Hongera! Umefanikiwa! *Congrats! You made it!*	Asante! *Thank you!*
Samahani! *I am sorry!*	Usijali! *Don't worry!*

Kwaheri!	Kwaheri! Tutaonana
Goodbye!	baadae.
	Bye bye! See you later.

GRAMMAR SPOT

What are the tenses in these sentences?

a) Tutaonana baadae.

b) Niwie radhi!

c) Sijambo!

d) Nilikuwa nimetingwa!

Introducing Yourself

When meeting someone for the first time, it is advisable to introduce yourself. In both formal and informal settings, the introduction to individuals who are not familiar with you usually begins with a greeting. Understanding greetings is particularly helpful in scenarios like introductions. For instance, the greeting 'Hujambo?' meaning "Hello" can be used before initiating your first-time introduction.

Jina langu ni...	Ninatoka Marekani.
My name is...	*I am from America.*
Jina lako ni nani?	Unatoka wapi?
What is your name?	*Where are you from?*
Ninaitwa / Jina langu ni...	Mimi ni mwanafunzi.
My name is...	*I am a student.*

53

| Nimefurahi kukutana na wewe. *Pleased to meet you.* | Ninafanya kazi kwa... *I work for...* |

PRACTICE – Talking About Yourself

Practice introducing yourself in Swahili using the prompts in the box above.

Vocabulary for Directions

Vuka Barabara *Cross the road*	Njiapanda *Crossroad/Junction*
Kulia *Right*	Kushoto *Left*
Endelea mtaa wa Independence *Continue down Independence Ave.*	Enda moja kwa moja. *Go straight ahead*
Teremka na mtaa wa Ghana *Go down Ghana Avenue*	Geuka / Pinda *Turn*
Fuata njia hii *Follow this road*	Geuka / Pinda Kulia Turn Right
Pita *Pass*	Geuka / Pinda Kushoto *Turn Left*

PRACTICE: Vocabulary for Directions

Upendo is struggling to find her way to a new school she is scheduled to attend. Provide her, in Swahili language, the right directions to reach her school. Use the map below.

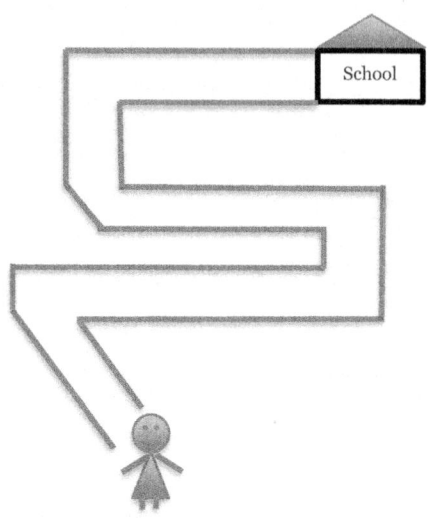

Let us follow Anna's conversations as she interacted with various people in her last travel abroad:

Example Dialogue 1: The Taxi Driver

Anna: Jambo! U hali gani? *(Hello! How are you?)*

Ben: Salama. Wewe je? *(Good! And you?)*

Anna: Mimi mzima, ahsante! *(I am well, thanks!)*

Ben: Unatokea wapi? *(Where are you from?)*

Anna: Ninatoka Marekani. *(I am from America.)*

Ben: Karibu Tanzania. *(Welcome to Tanzania)*

Anna: Ahsante. *(Thank you!)*

Example Dialogue 2: Airport Staff

Anna: Habari! Siku yako inaendaje? *(Hello! How is your day?)*

Jane: Nzuri! Unaitwa nani na unatokea wapi? *(Great! What is your name? And where do you come from)*

Anna: Jina langu ni Anna. Ninatoka Marekani. *(My name is Anna. I come from America.)*

Jane: Nimefurahi kukutana na wewe, Anna. Nikusaidie vipi? *(Nice to meet you, Anna. How can I help you?)*

Anna: Unaweza kunielekeza namna ya kufika hoteli ya karibu zaidi na hapa? *(Can you direct me to the nearest hotel from here)*

Jane: Bila shaka! (Of course!)

Jane: Vuka barabara na teremka na mtaa wa Ghana. Utaiona hoteli moja kwa moja mbele yako. *(Cross the* *road and go down Ghana Avenue. You shall see the hotel directly in front of you.)*

Anna: Ahsante sana! *(Thank you very much!)*

Jane: Karibu! *(You are welcome!)*

Example Dialogue 3: Colleagues

Anna introduces herself to her colleagues in Tanzania:

Anna: Habari zenu? Jina langu ni Anna. Ninatoka nchini Marekani. Baba yangu na mama yangu ni watanzania, lakini kwa sasa wapo Marekani. Ninaishi kanda ya mashariki mwa Tanzania na ninafanya kazi kama mkulima. Nimefurahi kuonana na nyinyi nyote.

How are you all? My name is Anna. I come from America. My father and mother are Tanzanians, but currently live in America. I live in the eastern zone of Tanzania, and I work as a farmer. Nice to meet you all.

Exercise 7: Grammar
Complete the following dialogue between Anna and Julieth – a hotel receptionist.

Julieth: Jambo! Karibu. (Hello! Welcome.)

Anna: _____. (Thank you!)

Julieth: U hali gani? (How are you?)

Anna: _____. (I am well, thanks!)

Julieth: Ungependa kupata chumba? (Would you like to get a room?)

Anna: Ndio, _____. (Yes, please)

Julieth: Sawa. Unaitwa nani? (Okay. What is your name?)

Anna: _____. (My name is Anna.)

Julieth: Unatokea wapi? (Where are you from?)

Anna: _____. (I am from America.)

Julieth: Ufunguo wako huu hapa. Chumba chako ni cha nne upande wa kushoto. (Here is your key. Your room is the second on the left.)

Anna: _____. (Thanks!)

Julieth: _____. (You are welcome.)

Anna: _____. (Have a good day!)

Julieth: You too!

CHAPTER EIGHT:

NUMBERS

In the previous chapter, you learned about greetings, which serve as a foundation for initiating conversations. This chapter will focus on numbers. Swahili numbers are straightforward to articulate. If you can express 0, 1, 2, 3, 4, 5, 6, 7, 8, 9, 10, 20, 30, 40, 50, 60, 70, 80, 90, 100, 1000, 1000000, and 1000000000, you'll be equipped to convey any other practical number. Other numbers are spoken as combinations of the mentioned ones.

Groups of Numbers

Mamoja (Ones)	1 – 9
Makumi (Tens)	10 – 99
Mamia (Hundreds)	100 – 999
Maelfu (Thousands)	1000 – 9999

1 – Moja	
2 – Mbili	10 – Kumi
3 – Tatu	20 – Ishirini
4 – Nne	30 – Thelathini
5 – Tano	40 – Arobaini
6 – Sita	50 – Hamsini
7 – Saba	60 – Sitini
8 – Nane	70 – Sabini
9 – Tisa	80 – Themanini
_00 – Mia	90 – Tisini
_000 – Elfu	

From the drawing above, we can now name our numbers with ease. Look at the following example:

(60 - Sitini) + (7 - Saba) = (67 Sitini na Saba)

'Na' is a conjunction word which means "and." Unlike in English language, the Swahili language uses the word 'na' (and) when naming numbers in tens.

So, instead of saying '67 – Sitini Saba' as in Sixty-Seven, one says '67 - Sitini **na** Saba' which would sound like "Sixty and Seven" were it translated directly to English.

Small Figures Examples

12 – Kumi na Mbili *(Twelve)*	25 – Ishirini na Tano *(Twenty-Five)*
39 – Thelathini na Tisa *(Thirty-Nine)*	41 – Arobaini na Moja *(Forty-One)*
54 – Hamsini na Nne *(Fifty-Four)*	66 – Sitini na Sita *(Sixty-Six)*
73 – Sabini na Tatu *(Seventy-Three)*	82 – Themanini na *Mbili* *(Eighty-Two)*
95 – Tisini na Tano *(Ninety-Five)*	101 – Mia moja na moja *(One Hundred and One)*
234 – Mia mbili na Thelathini na Nne *(Two Hundred and Thirty-Four)*	471 – Mia Nne na Sabini na Moja *(Four Hundred and Seventy-One)*
999 – Mia Tisa na Tisini na Tisa	1012 – Elfu Moja na Kumi na Mbili

(Nine Hundred and Ninety-Nine)	*(One Thousand and Twelve)*
4723 — **Elfu Nne Mia Saba Ishirini na Tatu** *(Four Thousand Seven Hundred and Twenty-Three)*	7978 — **Elfu Saba Mia Tisa Sabini na Nane** *(Seven Thousand Nine Hundred and Seventy-Eight)*

Larger Figures Examples

12,768 — **Kumi na Mbili Elfu, Mia Saba na Sitini na Nane** *(Twelve Thousand, Seven Hundred and Sixty-Eight)*	753,125 — **Mia Saba Hamsini na Tatu Elfu, Mia na Ishirini na Tano / Laki Saba Hamsini na Tatu Elfu, Mia na Ishirini na Tano** *(Seven Hundred and Fifty-Three Thousand, One Hundred and Twenty-Five)* Alternatively, one hundred thousand can be translated as **'laki moja'** in Swahili language.

1,000,000 – **Milioni Moja** *(One Million)*	2, 067, 883 – **Milioni Mbili, Sitini na Saba Elfu na Mia Nane Themanini na Tatu** *(Two million, Sixty-Seven Thousand, Eight Hundred and Eighty-Three)*
10,150,000 – **Milioni Kumi na Mia Moja Hamsini Elfu OR Milioni Kumi na Laki na Hamsini Elfu** *(Ten Million and One Hundred and Fifty Thousand)*	200,000,000 – **Milioni Mia Mbili** *(Two Hundred Million)*
6,000,000,000 – *Bilioni Sita* *(Six Billion)*	9,120,000,000 – **Bilioni Tisa na Milioni Mia Ishirini** *(Nine Billion and One Hundred and Twenty Million)*
100,000,000,000 – **Bilioni Mia Moja** *(One Hundred Billion)*	1,000,000,000,000 – **Trilioni Moja** *(One Trillion)*

Percentages

Percentages in Swahili do not drift away from the basic numbering. The only thing that changes when referring to percentages is the word percent. Percent is translated as 'asilimia.' Therefore, it will be more of a direct translation from Swahili to English.

Examples

1% − Asilimia moja	9% − Asilimia Tisa
(One Percent)	*(Nine Percent)*
50% − Asilimia Hamsini	200% − Asilimia Mia Mbili
(Fifty Percent)	*(Two Hundred Percent)*

The rest of the numbers take the same style. The primary concept is understanding the previous section, where you learn how to count in Swahili. Here are more examples:

25% – Asilimia Ishirini na Tano
(Twenty-Five Percent)

46% – Asilimia Arobaini na Sita
(Forty-Six Percent)

123% – Asilimia Mia Ishirini na Tatu
(One Hundred and Twenty Three Percent)

Fractions

Fractions are different from the basic numbering. Like English, Swahili has unique terms that refer to different fractions. In English ¼ is a quarter, ½ a half, and ¾ three-quarter. Notice the unique numbering in fractions. The same happens for Swahili. Here is a translation of the same fractions:

½ – **Nusu**	¼ – **Robo**
(Half)	*(Quarter)*
⅓ – **Theluthi**	¾ – **Robo tatu** *(Three-*
(A third)	*quarter)*

To add – Kujumlisha

At times, you'll need to express yourself through basic arithmetic, involving addition and subtraction. In Swahili, "to add" or 'plus' is translated as '**kujumlisha**' and '**kuongeza**,' while "subtracting" is '**toa**' and "equals" is '**sawa (na)**.' Here's a translation of arithmetic expressions in words to help you articulate them:

3+2 | **Tatu ongeza mbili** *(Three plus two)*	5+3 | **Tano jumlisha tatu** *(Five plus three)*
10+5 = 15 | **Kumi jumlisha tano sawa sawa na Kumi na Tano** *(Ten plus five equals fifteen)*	21+9 = 30 | **Ishirini na moja jumlisha tisa sawasawa na Thelathini** *(Twenty-one plus nine equals thirty)*

To Subtract – Kutoa

Subtractions will also adopt the same style. That is, inserting the word '**toa**' (subtract).

Examples

5 − 1 **Tano toa moja** *(Five subtract one)*	10 − 7 | **Kumi toa saba** *(Ten minus seven)*

13 − 6 = 7 | **Kumi na** tatu toa sita sawasawa na saba *(Thirteen minus six equals seven)*	125 − 20 = 105 | **Mia Ishirini na Tano toa Ishirini sawa sawa na Mia na Tano** *(One Hundred and Twenty-Five minus twenty equals One Hundred and Twenty)*

A solid grasp of the basic numbering discussed in the first section of this chapter is essential for success in the subsequent subsections. Notably, the key functions introduced include percent **(asilimia)**, addition **(ongeza)**, and subtraction **(toa)**. Like English, fractions stand out as unique compared to other numbers.

How Much / How Often?

Anytime people talk of numbers, they might imply the number of times something is done or the number of people or things in a certain setup. The expressions in this context are therefore about arithmetic expressions such like 1, 2, 3, etc. The word '**mara**' is used to mean "frequency."

Mara moja *(Once / At Once)*	**Mara mbili** *(Twice)*

Mara Tatu	Mara Nne
(Three times)	*(Four Times)*
Wangapi? / Vingapi? / Mangapi?	Kiasi gani?
(How many?)	*(How much?)*

To Multiply – Kuzidisha

The words 'mara or zidisha' are used to indicate "times/multiply by."

Examples

3 x 2 | Tatu mara mbili *(Three times two)*	17 x 6 | Kumi na saba zidisha sita *(Seventeen multiplied by six)*
100 x 3 = 300 | **Mia moja mara tatu sawa sawa na Mia Tatu** *(One Hundred times three equals Three Hundred)*	125 x 10 = 1250 | **Mia Ishirini na Tano zidisha kumi sawa sawa na Elfu Moja Mia Mbili na Hamsini** *(One Hundred and Twenty-Five multiplied by ten equals One Thousand, Two Hundred and Fifty)*

To Divide – Kugawanya

In Swahili, the word 'gawanya kwa' is used in mathematical expressions to mean "divide by."

Examples

10 ÷ 2 | **Kumi gawanya kwa mbili** *(Ten divide by two)*	25 ÷ 5 | **Ishirini na tano gawanya kwa tano** *(Twenty-five divide by five)*
130 ÷ 10 = 13 | **Mia thelathini gawanya kwa kumi sawa sawa na kumi na tatu** *(One Hundred and thirty divide by ten equals thirteen)*	5,180 ÷ 7 = 740 | **Elfu tano, mia moja na themanini gawanya kwa saba sawa sawa na mia saba na arobaini** *(Five thousand, one hundred and eighty divide by seven equals seven hundred and forty)*

Exercise 8: Numbers

1. Try naming the following numbers in Swahili:

   a)   37

   _____

b)   106

_____

c)   1287

_____

d)   187,367

_____

e)   7,245,000

_____

f)   12,080,005

_____

2.   Write the following equations in words (in
     Swahili)
     a)   7 + 6 = 13

          _____

     b)   12 – 4 = 8

          _____

     c)   5 x 9 = 45

          _____

     d)   250 ÷ 5 = 50

          _____

     e)   3000 x 5% = 150

          _____

CHAPTER NINE:

CALENDER

The last chapter dealt with numbers. This chapter entails words used to refer to time, days of the week, and months of the year. Also, mentioned are the phrases used in this context. Knowledge of numbers will help you to identify dates and allow you to read them correctly. In a nutshell, this chapter will help you learn about the months of the year (**miezi ya mwaka**), days of the week (**siku za wiki**), time (**saa**), and date (**tarehe**).

Months of the Year

The months are referred to using words that seem borrowed as follows:

Swahili	English
1 – JANUARI (Mwezi wa Kwanza)	January

2 - FEBRUARI (Mwezi wa Pili)	February
3 - MACHI (Mwezi wa Tatu)	March
4 - APRILI (Mwezi wa Nne)	April
5 - MEI (Mwezi wa Tano)	May
6 - JUNI (Mwezi wa Sita)	June
7 - JULAI (Mwezi wa Saba)	July
8 - AGOSTI (Mwezi wa Nane)	August
9 - SEPTEMBA (Mwezi wa Tisa)	September
10 - OKTOBA (Mwezi wa Kumi)	October
11 - NOVEMBA (Mwezi wa Kumi)	November
12 - DESEMBA (Mwezi wa Kumi na Mbili)	December

Days of the Week

The week (**wiki**) just like in the West, has seven days (**siku**). The names for Thursday (**Alhamisi**) and Friday (**Ijumaa**) are of Arabic origin. They were borrowed from the Arabic language replacing the original Bantu names of those days, owing to the Islamic religion. For instance, '*alhamisi*' comes from an Arabic word, 'Alkhamis' which means the fifth day of the week. Here are the days of the week:

English	Kiswahili (Swahili)
Sunday	*Jumapili*
Monday	*Jumatatu*
Tuesday	*Jumanne*
Wednesday	*Jumatano*
Thursday	*Alhamisi*
Friday	*Ijumaa*
Saturday	*Jumamosi*

Time

In Swahili culture, time is viewed with a relaxed approach. Swahili people prefer not to be rushed, taking their time in all aspects, including event preparation. Notably, the day in East Africa begins at sunrise, which occurs around 6:00 a.m., as the region lies on the Equator.

Alfajiri – Early morning before sunrise

73

Asubuhi - From sunrise to a little before noon

Mchana - From around Noon to around 3PM

Alasiri - From around 4PM to sunset

Jioni - From around 4PM to 6:59 PM

Usiku - From 07:00 PM to around 03:00 AM

It is very important to note that, when reading the clock, Swahili speakers and English speakers read the clock numbers in a vice versa. While 8:00 am would be read as "Eight o'clock" by an English speaker, that same time would be read as **"Two o'clock"** by a Swahili speaker!

Hence:

09:00 am is read as '**Saa tatu kamili asubuhi**,' which translates to "Three o'clock."

01:00 pm is read as '**Saa saba kamili mchana**,' which translates to "Seven o'clock."

Let's take a look at the following:

English	Swahili	In English	In Swahili
O'clock	Kamili	Seven o'clock	Saa moja kamili
Quarter past	Robo saa / na dakika kumi na tano	Quarter past twelve	Saa sita na dakika kumi na tano / Saa sita na robo
Half past	Nusu saa	Half past ten	Saa nne na nusu / Saa nne na dakika thelathini
Quarter to	Kasoro robo	Quarter to one	Saa saba kasoro robo

The following are some other words associated with time:

English	Swahili
Today	Leo
Yesterday	Jana
Day before yesterday	Juzi
Day after tomorrow	Kesho kutwa
Tomorrow	Kesho
Summer	Kiangazi
Winter	Masika
Spring	Vuli

75

Decade/Decades	Muongo/Miongo
Day	Siku
Week	Wiki
Month	Mwezi
Year	Mwaka
Sunset	Machweo
Nighttime	Usiku
Now	Sasa
Suddenly	Ghafla
Second	Sekunde
Minute	Dakika
Hour	Lisaa
Time	Saa/Wakati
Sunrise/Dusk	Mapambazuko
Daytime	Mchana na asubuhi

Examples of Sentences:

One decade comprises of ten years
Muongo mmoja una miaka kumi

Twenty past five pm
Saa kumi na moja na dakika ishirini jioni

We shall speak tomorrow morning
Tutazungumza kesho asubuhi

Two decades have passed now
Imepita miongo miwili sasa

Dates

The ability to read dates depends on your understanding of numbers. Once you get the translation of numbers from English to Swahili, reading the date will be a walk in the park. Nothing changes, except how you join the numbers to make the words come out and mention the name "date" **(tarehe)** at the beginning of the statement.

For example, July 15, 2021, is read as '**tarehe kumi na tano, mwezi wa sita, mwaka wa elfu mbili ishirini na moja.**'

Date Examples

February 11, 1991
Tarehe kumi na moja, mwezi wa pili, mwaka elfu moja mia tisa tisini na moja

December 9, 1961
Tarehe tisa, mwezi wa kumi na mbili, mwaka elfu moja mia tisa sitini na moja

January 1, 2024
Tarehe moja, mwezi wa kwanza, mwaka elfu mbili na ishirini na nne

June 19, 2000
Tarehe kumi na tisa, mwezi wa sita, mwaka elfu mbili

Keep in mind that, alternatively 'Mwezi wa Kwanza' can be described as 'Januari,' 'Mwezi wa Pili' can be described as 'Februari,' 'Mwezi wa Tatu' can be described as 'Machi,' and so on as seen earlier.

Exercise Nine

1. Write the following dates in words (in Swahili):
   a) 27/10/2012

   _____

   b) 15/01/1978

   _____

2. Write the following times in words (in Swahili)
   a) 09:30 am

   _____

   b) 11: 45 pm

   _____

   c) 03: 15 pm

   _____

   d) 01: 27 am

   _____

CHAPTER TEN:

COLORS & SHAPES

Congratulations! You are doing well! You are now able to name months of the year, days of the week, time as well as dates in Swahili. This chapter will help you learn about colors and shapes!

The word "color" is known in Swahili as 'rangi.' The table below shows the translation of basic colors. As you will notice in the table below some colors use prefixes when used in sentences. Such colors include white (eupe), black (eusi), and red (ekundu).

English	Swahili
White	Eupe
Gray	Kijivu
Black	Eusi
Brown	Udhurungi / Kahawia
Red	Ekundu

Orange	Rangi ya machungwa
Yellow	Manjano
Blue	Buluu/Samawati
Purple	Zambarau
Pink	Pinki
Gold	Dhahabu

Shapes are known as 'Maumbo' in Swahili. Different names are used to refer to different shapes. Furthermore, let us explore some shapes and discover how these shapes are named in Swahili! Let's go!

Oval **DUARADUFU**	Circle **DUARA**
Rectangle **MSTATILI**	Square **MRABA**
Isosceles Triangle **PEMBE TATU**	Triangle **PEMBE-TATU MRABA**

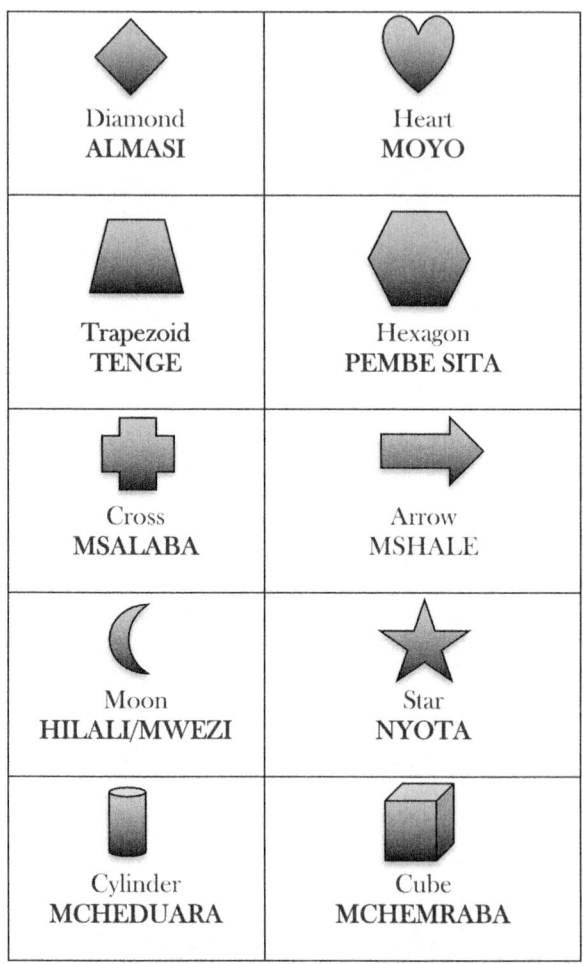

Diamond **ALMASI**	Heart **MOYO**
Trapezoid **TENGE**	Hexagon **PEMBE SITA**
Cross **MSALABA**	Arrow **MSHALE**
Moon **HILALI/MWEZI**	Star **NYOTA**
Cylinder **MCHEDUARA**	Cube **MCHEMRABA**

CHAPTER ELEVEN:

ANIMALS & INSECTS

This chapter is fascinating as it introduces Swahili names for various animals and insects. Tag along and learn!

English	Swahili
Animal / Animals	Mnyama / Wanyama
Ant / Ants	Siafu / Siafu
Baboon / Baboons	Nyani / Nyani
Bear / Bears	Dubu / Madubu
Bedbug / Bedbugs	Kunguni / Kunguni
Bee / Bees	Nyuki / Nyuki
Beetle / Beetles	Mbawakawa / Mbawakawa
Bird / Birds	Ndege / Ndege
Buffalo / Buffalo	Nyati / Nyati

Butterfly / Butterflies	**Kipepeo / Vipepeo**
Cat / Cats	**Paka / Paka**
Centipede / Centipedes	**Tandu / Tandu**
Cheetah / Cheetah	**Duma / Duma**
Chicken / Chickens	**Kuku / Kuku**
Chimpanzee / Chimpanzees	**Sokwe / Sokwe**
Cockroach / Cockroaches	**Mende / Mende**
Cow / Cows	**Ng'ombe / Ng'ombe**
Cricket / Crickets	**Nyenje / Nyenje**
Crocodile / Crocodiles	**Mamba / Mamba**
Deer / Deer	**Kulungu / Kulungu**
Dog / Dogs	**Mbwa / Mbwa**
Donkey / Donkeys	**Punda / Punda**
Dragonfly / Dragonflies	**Kereng'ende / Kereng'ende**
Duck / Ducks	**Bata / Mabata**
Elephant / Elephants	**Tembo / Tembo**
Fish / Fish	**Samaki / Samaki**

Fly / Flies	Nzi / Nzi
Giraffe / Giraffes	Twiga / Twiga
Goat / Goats	Mbuzi / Mbuzi
Grasshopper / Grasshoppers	Panzi / Panzi
Hippopotamus / Hippopotamuses	Kiboko / Viboko
Horse / Horses	Farasi / Farasi
Hyena / Hyenas	Fisi / Fisi
Impala / Impala	Swala / Swala
Insect / Insects	Mdudu / Wadudu
Ladybug / Ladybugs	Mdudu-kibibi / Wadudu-kibibi
Leopard / Leopards	Chui / Chui
Lice / Lice	Chawa / Chawa
Lion / Lions	Simba / Simba
Monkey / Monkeys	Kima / Kima
Mosquito / Mosquitoes	Mbu / Mbu
Moth / Moths	Nondo (mdudu) / Nondo (mdudu)
Mouse / Mice	Panya / Panya

Ostrich / Ostriches	**Mbuni / Mbuni**
Parrot / Parrots	**Kasuku / Kasuku**
Peacock / Peacocks	**Tausi / Tausi**
Pig / Pigs	**Nguruwe / Nguruwe**
Praying Mantis / Praying Mantis	**Vunjajungu / Vunjajungu**
Python / Pythons	**Chatu / Chatu**
Rabbit / Rabbits	**Sungura / Sungura**
Rhinoceros / Rhinoceros	**Kifaru / Vifaru**
Scorpion / Scorpions	**Nge / Nge**
Shark / Sharks	**Papa / Papa**
Sheep / Sheep	**Kondoo / Kondoo**
Snail / Snails	**Konokono / Konokono**
Snake / Snakes	**Nyoka / Nyoka**
Spider / Spiders	**Buibui / Buibui**
Termite / Termites	**Mchwa / Mchwa**
Tortoise / Tortoise	**Kobe / Kobe**
Turkey / Turkeys	**Bata Mzinga / Bata Mzinga**
Turtle / Turtles	**Kasa / Kasa**

Warthog / Warthogs	Ngiri / Ngiri
Whale / Whales	Nyangumi / Nyangumi
Worm / Worms	Mnyoo / Minyoo
Zebra / Zebras	Punda-Milia / Punda-Milia

Exercise 11: Animals

Provide the correct Swahili names for the following animals and insects

1.

2.

3.

4.

5.

6.

7.

8.

9.

10.

11.

12.

CHAPTER TWELVE:

READING

Well done! You have come a long way! In this chapter, you will find three beautiful stories, one about Grace and The Mysterious Bottle, another about baby Impala and his cousins and lastly, a story about ladybug's missing colors!

Read the stories carefully, taking note of all the new words you will find therein. Pay attention to various components of grammar you have learnt from the previous chapters, such as tenses, verbs, conjunctions and so on! At the end of each story, you will practice the new words, brainstorm lessons from the past and test your Swahili knowledge by answering the Quizzes

related to these stories, that will be outlined at the end
of all stories.

Story 1: Grace and The Mysterious Bottle

Hapo zamani za kale, palikuwepo msichana mmoja
aitwaye Grace. Grace alizaliwa kijiji kiitwacho, Ngoresa.
Aliishi yeye, kaka zake wawili na dada yake mmoja.
Grace alipenda sana kuzunguka kijijini akitafuta chupa
zinazong'ara.

Siku moja Grace alikwenda katikati ya kijiji na mara
akaona chupa ya rangi ya dhahabu. Chupa hii ilikuwa
ya kushangaza sana! Hakuwahi kuiona kamwe chupa
ifananayo nayo. Rangi yake ilivutia. Lakini pia, Grace
aliona vitu vya ajabu kwenye chupa hiyo.

"Ni nini hiki?" Grace alijiuliza.

Haraka akaingiza chupa hiyo kwenye mkoba wake
kisha kukimbia kuelekea nyumbani kwao. Alipofika
nyumbani, alimkuta kaka yake akiwa amelala.

"Kaka, amka!" alimtingisha kaka yake kwa nguvu. Kaka
yake, aitwaye Daniel, aliamka ghafla.

"Ni nini?"

"Nimeokota chupa ya ajabu!" Grace alimwambia.

"Chupa gani?" Kaka yake alimwuliza.

"Hii hapa!" Grace aliitoa chupa ile na kumwonyesha kaka yake.

Kaka yake aliitazama kwa ukaribu kisha akatabasamu.

"Ni nzuri, inavutia!" alisema.

"Ndio. Lakini kaka, hiki ni nini? Kimenistaajabisha!" Grace alimwambia.

"Aaah! Haya ni maandishi." Kaka yake alimjibu.

"Maandishi?" Grace alimuuliza akimshangaa machoni.

"Ndio, Grace. Maneno unayozungumza unaweza ukayaandika na hivyo kuwa maandishi!" Kaka yake alimueleza.

"Aha! Unaandikaje lakini?" Grace aliendelea kumdadisi kaka yake.

"Usijali! Mwaka kesho utakapoanza shule, utajifunza kuandika maneno. A E I O U na mengine mengi!"

"Kweli?" Grace alimuuliza kwa furaha.

"Bila shaka!" Kaka yake alimuambia.

Grace aliinuka na kumkumbatia kaka yake kwa furaha. Na tangu siku hiyo aliungojea kwa hamu mwaka ujao, akijipa moyo kuwa siku si nyingi ufahamu wake utafunguka naye ataweza kuisoma chupa hiyo.

Vocabulary Check

Are there any new words you have encountered in this story? Write them down and find their respective meanings in English.

Can you recall the following words? What do they mean?

a) Kaka

b) Dada

c) Lakini

d) Msichana

e) Moja

f) Chupa

g) Nyumbani

h) Kesho

i) Mwaka

j) Hapa

Story 2: Baby Impala and His Cousins

Ndani ya hifadhi Serengeti, mnamo tarehe Ishirini na Tano, mwezi wa sita mwaka Elfu Mbili na Kumi na Moja, mida ya saa kumi alfajiri, alizaliwa mtoto Swala.

Mama Swala alimtizama, akatabasamu kwa huzuni na furaha, kisha kukata roho.

Mtoto Swala alipofungua macho, alimwona mama yake amelala chini. Pembezoni aliwaona watoto swala wengine watatu wakicheza.

"Mama!" mtoto Swala aliita.

Mama hakuitika. Mtoto Swala aliita tena na kulia kwa nguvu zote, hata hivyo, mama yake bado alikaa kimya. Mtoto Swala aliwageukia watoto swala waliokuwa wakicheza karibu yake. Mmoja wa watoto hao alimgeukia na kumwambia,

"Habari mtoto Swala. Sisi ni binamu zako. Mimi ninaitwa Peglo. Karibu tucheze."

Mtoto Swala aliwakaribia na kuanza kucheza nao.

Alasiri ilipofika, njaa ilimuuma sana Mtoto Swala. Alimtazama mama yake bila matumaini yoyote. Muda ulipozidi kusonga, binamu yake Peglo alimfuata na kumwambia

"Mtoto Swala. Mama hatoamka tena! Hatuna budi kuondoka na kujitafutia wenyewe chakula!"

"Hapana! Mama ataamka baadae." Mtoto Swala alisisitiza.

"Sisi tunaondoka. Tufuate." Binamu Peglo alimwambia.

"Hapana." Mtoto Swala alikataa.

Basi binamu zake mtoto swala walimuacha na kwenda zao msituni kutafuta chakula. Alipobaki peke yake, hofu kubwa ilimjaa Mtoto Swala naye akaanza kulia kwa huzuni. Chui aliyekuwa akipita alisikia sauti kwa mbali ya Mtoto Swala akilia, alifurahi sana, naye akaanza kuiendea sauti hiyo. Alipomfikia karibu Mtoto Swala, alimrukia na kuanza kumparua. Ghafla binamu zake Mtoto Swala walitokea na kumgonga-gonga chui huyo kwa mapembe yao. Chui aliogopa na kukimbia.

"Mtoto Swala, uko sawa?" Binamu Peglo alimuuliza Mtoto Swala.

"Ndio. Ahsanteni kwa kuniokoa. Niliogopa sana na nikaanza kulia." Mtoto Swala aliwaambia.

"Tulisikia kilio chako nasi tukaamua kurudi kukaa na wewe. Sisi ni familia yako. Tufuate." Binamu Peglo alimuambia.

"Sawa, nitawafuata!" Mtoto Swala aliwaambia.

Tangu hapo mtoto Swala alifuatana na binamu zake siku zote nao walikua na kuanzisha familia kubwa. Kwa ushirikiano waliweza kuishinda hofu kubwa iliyowazingira pande zote katika ulimwengu wao katili.

93

Vocabulary Check

Are there any new words you have encountered in this story? Write them down and find their respective meanings in English.

Can you recall the following words? What do they mean?

k) Binamu

l) Mtoto

m) Tarehe

n) Tano

o) Cheza

p) Chui

q) Wewe

Story 3: Ladybug's Missing Colors

Hapo zamani za kale, Mdudu-Kibibi alikuwa wa kupendeza sana mwenye rangi tele mwilini mwake. Manjano, Kijani, Nyeupe na rangi nyingine nyingi, zote zilifunikia mwili wake na kuufanya kuwaka-waka usiku na mchana.

Siku moja, Mdudu-Kibibi alikwenda kumtembelea rafiki yake Kipepeo. Wadudu hawa walipendana sana, kwani wote walikuwa ni wenye mvuto mzuri na wadudu wengine wengi walitamani sana kufanana na hao. Alipofika, Mdudu-Kibibi alibisha hodi kwenye mlango wa nyumba ya kipepeo.

"Karibu!" Kipepeo aliitika na kwa unyonge alisogea na kufungua mlango.

"U hali gani, rafiki yangu?" Mdudu-Kibibi alimuuliza rafiki yake.

"Si mzima. Mwili wangu wote unauma. Na macho yangu hayaoni vizuri." Kipepea alimjibu.

"Jamani! Nini kimekupata?" Mdudu-Kibi alimuuliza.

"Ninahisi kwamba nimekunywa sumu pasipo kujua kutoka kwenye mauwa ya shamba la Babu Samuel!"

"Usijali, rafiki yangu. Mimi nitakutafutia dawa nawe utapona" Mdudu-Kibibi alimsisitizia.

"Ahsante sana, rafiki yangu!" Kipepeo alimwambia.

Basi Mdudu-Kibibi aliondoka huku akitafakari cha kufanya. Baadae akakumbuka kuwa anamfahamu daktari mmoja. Alifunga safari na kwenda kumuona daktari huyo.

"Daktari, rafiki yangu Kipepeo anaumwa. Unaweza kumsaidia?" Mdudu-Kibibi alimuuliza daktari huyo.

"Bila shaka! Anaumwa nini?" Daktari alimuuliza.

Mdudu-Kibibi alimueleza kwa undani maradhi yaliyokuwa yakimsumbua rafiki yake Kipepeo.

"Sawa. Ninaweza kumsaida. Lakini itakubidi uingie gharama. Utabidi kupoteza rangi zako zote na kubaki na rangi mbili tu. Tutachanganya rangi hizo na kutengeneza dawa kwa ajili ya rafiki yako Kipepeo."

Mdudu-Kibibi alisikitika kusikia kwamba, itambidi kupoteza rangi zake nyingi. Hata hivyo, kwa kuwa alimpenda sana rafiki yake Kipepeo, alikubali. Basi Daktari alimwingiza Mdudu-Kibibi kwenye maji ya moto kuchuja rangi zake zote moja baada ya nyingine. Mwishoni, Mdudu-Kibibi alibaki na rangi mbili tu!

"Hongera! Umefanikiwa kumsaidia rafiki yako. Dawa yake hii hapa." Daktari alimwambia.

"Ahsante sana, Daktari" Kipepea alimwambia na kisha akaondoka akiwa na furaha kubwa kuelekea kwa rafiki yake Kipepeo. Alipofika alimkuta rafiki yake mahtuti, haraka alimnywesha dawa hiyo na mara Kipepeo aliamka na kumtizama rafiki yake.

"Toba! Rafiki yangu, rangi zako zimeenda wapi?" Kipepea alimuuliza akiwa na mshangao mkubwa.

"Rangi zangu zimetumika kutengeneza dawa yako. Hata hivyo, usihuzunike. Bado nina rangi mbili za kuvutia. Pia, umepona na mimi nimefurahi sana!" Mdudu-Kibibi alimjibu rafiki yake Kipepeo.

"Wewe ni rafiki mzuri sana. Licha ya kupoteza rangi zako kwa upendo, bado unavutia sana!"

Mdudu-Kibibi alicheka na kumkumbatia rafiki yake Kipepeo.

Vocabulary Check

Are there any new words you have encountered in this story? Write them down and find their respective meanings in English.

Can you recall the following words? What do they mean?

r) **Kipepeo**

s) **Daktari**

t) **Rangi**

u) **Kijani**

v) **Mlango**

w) **Karibu**

x) **Mbili**

y) **Licha ya**

z) Wapi

Story 1 Quiz

Vocabulary Questions

1. Match the following Swahili words with their respective meanings in English.

1. hamu	a) named
2. bila shaka	b) village
3. furaha	c) suddenly
4. maandishi	d) mysterious / strange
5. ghafla	
6. mengine	e) in the eyes
7. machoni	f) text / writings
8. kijiji	g) others
9. ajabu	h) of course
10. aitwaye	i) happiness
	j) desire

2. Fill in the correct Swahili word to match the English descriptions in the sentences below.

katikati	kumkumbatia
amelala	ukaribu

kushangaza	akatabasamu
zinazong'ara	maneno
vutia	alimuuliza

a) _____ that gives out a bright light.

b) _____ place in the middle.

c) _____ cause someone to feel mild shock.

d) _____ to excite curiosity.

e) _____ to be in a state of sleep.

f) _____ short distance away or apart.

g) _____ a pleased, kind, or amused facial expression.

h) _____ a speech sound or combination of sounds.

i) _____ say something in order to obtain an answer

j) x. _____ squeeze tightly in one's arms to express affection.

Grammar Questions

1. What are the tenses in the following Swahili sentences?

a) Chupa hii ilikuwa ya kushangaza sana!

b) Unaandikaje lakini?

c) Mwaka kesho utakapoanza shule, utajifunza kuandika maneno.

d) Ni nzuri, inavutia!

e) Grace aliinuka na kumkumbatia kaka yake kwa furaha!

2. Identify the nouns, verbs, adverbs, adjectives, conjunctions, and interjections, in the following Swahili sentences.
   a) Ni nini hiki?
   b) Rangi yake ilivutia
   c) Kaka, amka!
   d) Aaah! Haya ni maandishi.
   e) Nimeokota chupa ya ajabu!

Story 2 Quiz

Vocabulary Questions

1. Match the following Swahili Words with their respective meanings in English.

1.	familia	a)	world
2.	ulimwengu	b)	date
3.	tarehe	c)	sadness
4.	mbali	d)	hunger
5.	nao	e)	fear
6.	huzuni	f)	a far
7.	chini	g)	a cry

8.	hofu	h)	family
9.	kilio	i)	them / they
10.	njaa	j)	down / on the ground

2. Fill in the correct Swahili word from the box to match the English descriptions in the sentences below.

pembezoni	kukimbia
matumaini	aliwageukia
mapembe	alikataa
kuniokoa	ushirikiano
chui	msituni

a) _____ to, towards or from the side.

b) _____ turn to face something/ someone.

c) _____ a feeling for expectation/ desire.

d) _____ not willing to do something.

e) _____ an area covered with trees.

f) _____ a large, strong cat.

g) _____ hard, pointed parts on the head of some animals.

h) _____ move at a speed faster than a walk.

i) _____ an act of working together.

j) _____ keep safe or rescue from harm.

Grammar Questions

3. What are the tenses in the following Swahili sentences?

   a) Sisi tunaondoka.

   b) Alizaliwa Mtoto Swala.

   c) Mama ataamka baadae.

   d) Sawa, nitawafuata.

   e) Alimtazama mama yake bila matumaini yoyote.

4. Identify the nouns, verbs, adverbs, adjectives, conjunctions, and interjections, in the following Swahili sentences.

   a) Mama hakuitika.

   b) Sisi ni binamu zako.

   c) Chui aliogopa na kukimbia.

   d) Mimi ninaitwa Peglo.

   e) Niliogopa sana na nikaanza kulia.

Story 3 Quiz

Vocabulary Questions

1. Match the following Swahili Words with their respective meanings in English.

1. dawa	a) butterfly
2. safari	b) white
3. kipepeo	c) ladybug
4. mchana	d) house
5. gharama	e) noon
6. mdudu-kibibi	f) medicine
7. nyeupe	g) good / well
8. maradhi	h) journey
9. nyumba	i) diseases
10. vizuri	j) cost

2. Fill in the correct Swahili word from the box to match the English descriptions in the sentences below.

mvuto	upendo
ya moto	shamba
mahtuti	mwilini
kubwa	tutachanganya
anamfahamu	amepona

a) _____ an intense feeling of deep affection.

b) _____ on the physical structure of a person/ animal/ insect.

c) _____ an area used for growing crops and rearing animals.

d) _____ an immense state of illness.

e) _____ return to normal state of health or strength.

f) _____ of considerable or great size, extent or capacity.

g) _____ a high degree of heat or high temperature.

h) _____ combine or put together.

i) _____ to be aware of / develop relationship with.

j) _____ evoking interest in or liking for someone or something.

Grammar Questions

3. What are the tenses in the following Swahili sentences?

   a) Mwili wangu wote unauma.

b) Mdudu-Kibibi alimjibu rafiki yake kipepeo.

c) Tutachanganya rangi hizo na kutengeneza dawa.

d) Bila shaka! Anaumwa nini?

e) Mimi nitakutafutia dawa nawe utapona.

4. Identify the nouns, verbs, adverbs, adjectives, conjunctions, and interjections, in the following Swahili sentences.

a) Toba! Rafiki yangu, rangi zako zimeenda wapi?

b) Na macho yangu hayaoni vizuri.

c) Dawa yake hii hapa.

d) Hata hivyo, usihuzunike.

e) Wewe ni rafiki mzuri sana.

CONCLUSION

You have completed "Learn Swahili for Beginners: 500+ Swahili Vocabulary and Useful Phrases." Hats off to you on this remarkable achievement!

This handbook for beginners is meant to assist users in getting understood in regions where Swahili is spoken. These areas include, but are not limited to, the East African region. It is an easy but handy guide to everyday communication. This guide is meant to enable you to understand the basics of grammar and Swahili vocabulary so that you are able to make sense and have fun while at it, every time you communicate in Swahili.

REVIEW

We trust you will savor exploring the intricacies of Swahili within the pages of our book. Your feedback is highly valued! If you find the content informative, kindly consider sharing your thoughts with fellow language enthusiasts by leaving a review on Amazon. Thank you for embarking on this journey with us to promote linguistic diversity. Happy reading!

ANSWERS

Exercise 2

1.

   a) Bibi

   b) Dada

   c) Binamu

   d) Mjomba

   e) Mimi

   f) Wewe

2.

   a) Mwalimu

   b) Mhasibu

   c) Fundi Viatu

   d) Mkulima

   e) Fundi Bomba

   f) Polisi

3.

   a) Mkate

   b) Maji

   c) Mvinyo

   d) Wali

   e) Ndizi

   f) Nyama ya Ng'ombe

   g) Parachichi

h)	Tikiti-maji

Exercise 3

1.
  a) Mizani
  b) Majiko
  c) Nyufa

2.
  a) Watoto wanalia
  b) Viti vimevunjika
  c) Nyuso zenu zinavutia
  d) Mimea imekufa

3.
  a) Mgeni – GE
  b) Mzani – ZA
  c) Uso – U
  d) Msitu – SI
  e) Ufa – U
  f) Kisima – SI

Exercise 4

1.
  a) Mtoto alikula *(Past Tense)*
     Mtoto atakula *(Future Tense)*

  b) Baba aliendesha basi *(Past Tense)*
     Baba ataendesha basi *(Future Tense)*

  c) Ulizungumza Kiswahili *(Past Tense)*
     Utazungumza Kiswahili *(Future Tense)*

d) Wao walicheza *(Past Tense)*
   Wao watacheza *(Future Tense)*

e) Mimi nilisoma kitabu *(Past Tense)*
   Mimi nitasoma kitabu *(Future Tense)*

2.
   a) Anapanga
   b) Nilideki
   c) Utasema
   d) Tulirekodi
   e) Mlivaa
   f) Wanatazama

3.
   a) Tunakula – Ninakula
   b) Wanatazama – Tunatazama
   c) Nitaendesha – Utaendesha
   d) Nimelala – Wamelala

Exercise 5

1. Nzuri – *adjective*	2. Rahisi – *adjective*
3. Kadhaa – *adverb*	4. Ndani – *adverb*
5. Kesho – *adverb*	6. Nyekundu – *adjective*
7. Gani – *adjective*	

Exercise 6

1. b	2. a	3. b	4. d	5. b
6. a	7. c	8. b	9. a	10. d

Exercise 7

o	**Anna:** Ahsante!
o	**Anna:** Mimi mzima, ahsante!

110

○ **Anna:** Tafadhali.
○ **Anna:** Jina langu ni Anna.
○ **Anna:** Ninatoka Marekani.
○ **Anna:** Ahsante!
○ **Julieth:** Karibu!
○ **Anna:** Uwe na siku njema!

Exercise 8

1.
a) Thelathini na saba
b) Mia moja na sita
c) Elfu moja, mia mbili na themanini na saba
d) Mia moja themanini na saba elfu, mia tatu na sitini na saba OR Laki Moja, themanini na saba elfu, mia tatu na sitini na saba
e) Milioni saba na mia mbili arobaini na tano elfu OR Milioni saba na laki mbili na arobaini na tano elfu
f) Milioni kumi na mbili, themanini elfu na tano
2.
a) Saba jumlisha sita sawasawa na kumi na tatu
b) Kumi na mbili toa nne sawasawa na nane
c) Tano mara tisa sawasawa na arobaini na tano

d) Mia mbili na hamsini gawanya kwa tano sawasawa na Hamsini

e) Elfu tatu mara asilimia tano sawasawa na mia hamsini

Exercise 9

1.
a) Tarehe Ishirini na Saba, mwezi wa Kumi, mwaka elfu mbili kumi na mbili OR Tarehe Ishirini na Saba, Oktoba, mwaka elfu mbili kumi na mbili

b) Tarehe kumi na tano, mwezi wa kwanza, mwaka elfu moja mia tisa sabini na nane OR Tarehe kumi na tano, Januari, mwaka elfu moja mia tisa sabini na nane.

2.
a) Saa tatu na nusu asubuhi

b) Saa tano na dakika arobaini na tano usiku OR Saa sita karoro robo usiku

c) Saa tisa na robo usiku

d) Saa saba na dakika ishirini na saba usiku

Exercise 11

1. Nyani	2. Kipepeo	3. Paka
4. Duma	5. Mamba	6. Mbwa
7. Kereng'ende	8. Tembo	9. Panzi
10. Swala	11. Mdudu-kibibi	12. Nge

Quiz 1 Answers

1.

1) Hamu = Desire (K)

2) Bila Shaka = Of course (I)

3) Furaha = Happiness (J)

4) Maandishi = Text / Writings (G)

5) Ghafla = Suddenly (C)

6) Mengine = Others (H)

7) Machoni = In the eyes (F)

8) Kijiji = Village (B)

9) Ajabu = Mysterious / Strange (D)

10) Aitwaye = Named (A)

2.

a) Zinazong'ara

b) Katikati

c) Kushangaza

d) Vutia

e) Amelala

f) Ukaribu

g)	Akatabasamu
h)	Maneno
i)	Alimuuliza
j)	Kumkumbatia

1.

a)	Past Tense
b)	Present Tense
c)	Future Tense
d)	Present Tense
e)	Past Tense

2.

a) **Ni** – *conjunction*

Nini – *adjective*

Hiki – *adjective*

b) **Rangi** – *noun*

Yake – *adjective*

Ilivutia – *verb*

c) **Kaka** – *noun*

Amka – *verb*

d) **Aaah!** – *interjection*

Haya – *adjective*

Ni – *conjunction*

Maandishi – *noun*

e) **Nimeokota** – *verb*

Chupa – *noun*

Ya – *conjunction*

Ajabu – *adjective*

Quiz 2 Answers

1.

1) Familia = Family (H)

2) Ulimwengu = World (A)

3) Tarehe = Date (B)

4) Mbali = A Far (F)

5) Nao = Them / They (I)

6) Huzuni = Sadness (C)

7) Chini = Down / On the Ground (J)

8) Hofu = Fear (E)

9) Kilio = A Cry (G)

10) Njaa = Hunger (D)

2.

a) Pembezoni

b) Aliwageukia

c) Matumaini

d) Alikataa

e) Msituni

f) Chui

g) Mapembe

h) Kukimbia

i) Ushirikiano

j) Kuniokoa

3.

a) Present Tense

b) Past Tense

c) Future Tense

d) Future Tense

e) Past Tense

4.

a) **Mama** – *noun*

   Hakuitika – *verb*

b) **Sisi** – *pronoun*

   Ni – *conjunction*

   Binamu – *noun*

   Zako – *adjective*

c) **Chui** – *noun*

> Aliogopa – *verb*
>
> Na – *conjunction*
>
> Kukimbia – *verb*
>
> d) Mimi – *pronoun*
>
> Ninaitwa – *verb*
>
> Peglo – *noun*
>
> e) Niliogopa – *verb*
>
> Sana – *adverb*
>
> Na – *conjunction*
>
> Nikaanza – *verb*
>
> Kulia – *verb*

Quiz 3 Answers

1.

1) Dawa = Medicine (F)

2) Safari = Journey (H)

3) Kipepeo = Butterfly (A)

4) Mchana = Noon (E)

5) Gharama = Cost (J)

6) Mdudu-kibibi = Ladybug (C)

7) Nyeupe = White (B)

8) Maradhi = Diseases (I)

9) Nyumba = House (D)

10) Vizuri = Good / Well (G)

2.		
	a)	Upendo
	b)	Mwilini
	c)	Shamba
	d)	Mahtuti
	e)	Amepona
	f)	Kubwa
	g)	Ya moto
	h)	Tutachanganya
	i)	Anamfahamu
	j)	Mvuto

3.		
	a)	Present Tense
	b)	Past Tense
	c)	Future Tense
	d)	Present Tense
	e)	Future Tense

4.		
	a)	**Toba!** – *interjection*
		Rafiki – *noun*
		Yangu – *adjective*
		Rangi – *noun*
		Zako – *adjective*
		Zimeenda – *verb*
		Wapi – *adjective*

b) **Na** – *conjunction*

  Macho – *noun*

  Yangu – *adjective*

  Hayaoni – *verb*

  Vizuri – *adverb*

c) **Dawa** – *noun*

  Yake – *adjective*

  Hii – *adjective*

  Hapa – *adverb*

d) **Hata hivyo** – *conjunction*

  Usihuzunike – *verb*

e) **Wewe** – *pronoun*

  Ni – *conjunction*

  Rafiki – *noun*

  Mzuri – *adjective*

  Sana – *adverb*

Printed in Dunstable, United Kingdom